The story of a very small and very hungry caterpillar. He eats one apple on Monday, two pears on Tuesday, three plums on Wednesday, four strawberries on Thursday, five oranges on Friday, and on Saturday he has an enormous feast. The caterpillar grows from a small egg to a beautiful butterfly and at the same time manages to nibble his way through the pages of this book!

ਇਹ ਇੱਕ ਬਹੁਤ ਛੋਟੀ ਅਤੇ ਬਹੁਤ ਭੁੱਖੀ ਸੁੰਡੀ ਦੀ ਕਹਾਣੀ ਹੈ। ਉਹ ਸੋਮਵਾਰ ਨੂੰ ਇੱਕ ਸੇਬ, ਮੰਗਲਵਾਰ ਨੂੰ ਦੋ ਨਾਸ਼ਪਾਤੀਆਂ, ਬੁੱਧਵਾਰ ਨੂੰ ਤਿੰਨ ਆਲੂਚੇ, ਵੀਰਵਾਰ ਨੂੰ ਚਾਰ ਸਟ੍ਰਾਬਰੀਆਂ, ਸ਼ੁੱਕਰਵਾਰ ਨੂੰ ਪੰਜ ਸੰਤਰੇ ਅਤੇ ਸ਼ਨੀਵਾਰ ਨੂੰ ਇੱਕ ਬਹੁਤ ਵੱਡੀ ਦਾਅਵਤ ਖਾ ਜਾਂਦੀ ਹੈ। ਸੁੰਡੀ ਛੋਟੇ ਜਿਹੇ ਆਂਡੇ ਤੋਂ ਇੱਕ ਖ਼ੂਬਸੂਰਤ ਤਿਤਲੀ ਬਣ ਜਾਂਦੀ ਹੈ ਅਤੇ ਇਸਦੇ ਨਾਲ਼ ਨਾਲ਼ ਉਹ ਇਸ ਕਿਤਾਬ ਦੇ ਪੰਨੇ ਵੀ ਕੁਤਰ ਜਾਂਦੀ ਹੈ !

ਬਹੁਤ
ਭੁੱਖੀ ਸੁੰਡੀ

THE VERY HUNGRY CATERPILLAR

By Eric Carle

Panjabi translation by Kulwant Manku

Mantra

First published in the United States under the title **THE VERY HUNGRY CATERPILLAR**
by Eric Carle. Copyright © **1969 and 1987 by Eric Carle**. Published by arrangement with
Philomel Books, a division of Penguin Young Readers Group, a member of Penguin Group (USA) Inc.

First published in dual language in Great Britain by Mantra Lingua Ltd 1992
Dual language text copyright © 1992 Mantra Lingua Ltd

This edition published 2010

Mantra Lingua Ltd
Global House
303 Ballards Lane
London N12 8NP
www.mantralingua.com

A CIP record for this book is available from the British Library

For my sister Christa

ਚੰਨ ਦੀ ਚਾਨਣੀ ਵਿੱਚ ਇੱਕ ਪੱਤੇ
ਉੱਪਰ ਇੱਕ ਛੋਟਾ ਜਿਹਾ ਆਂਡਾ
ਪਿਆ ਹੋਇਆ ਹੈ।

In the light of the moon a
little egg lay on a leaf.

ਐਤਵਾਰ ਦੀ ਇੱਕ ਸਵੇਰ ਨੂੰ ਗਰਮ ਸੂਰਜ ਚੜ੍ਹਿਆ ਅਤੇ – ਫੜੱਕ ਕਰਕੇ – ਆਂਡੇ ਵਿੱਚੋਂ ਇੱਕ ਛੋਟੀ ਜਿਹੀ ਅਤੇ ਬਹੁਤ ਭੁੱਖੀ ਸੁੰਡੀ ਨਿੱਕਲ਼ੀ।

One Sunday morning the warm sun came up and - pop! - out of the egg came a tiny and very hungry caterpillar.

ਇੱਕ ਲਾਲੀਪੱਪ, ਚੇਰੀ ਪਾਈ ਦਾ ਇੱਕ ਟੁਕੜਾ, ਇੱਕ ਸੋਸਿਜ, ਇੱਕ ਕੱਪਕੇਕ, ਅਤੇ ਹਦਵਾਣੇ ਦੀ ਇੱਕ ਫਾੜੀ ਖਾਦੀ।

one lollipop, one piece of cherry pie, one sausage, one cupcake, and one slice of watermelon.

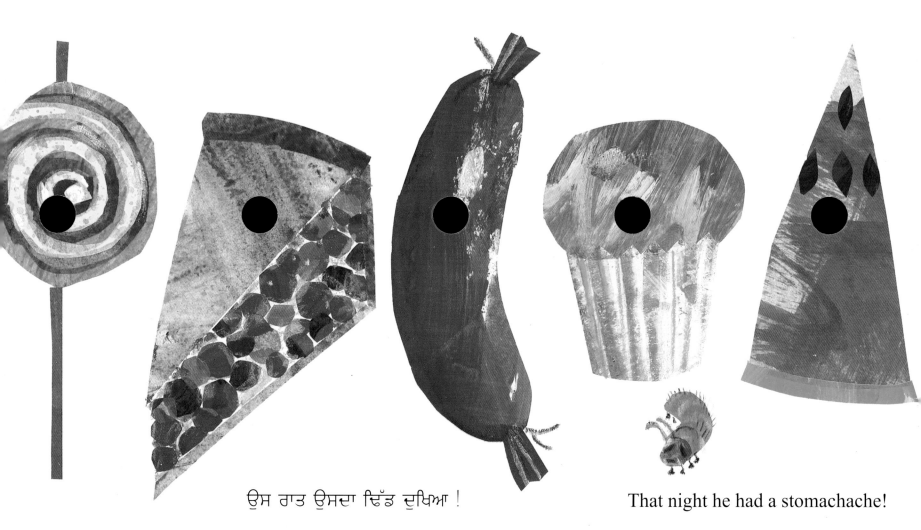

ਉਸ ਰਾਤ ਉਸਦਾ ਢਿੱਡ ਦੁਖਿਆ !

That night he had a stomachache!

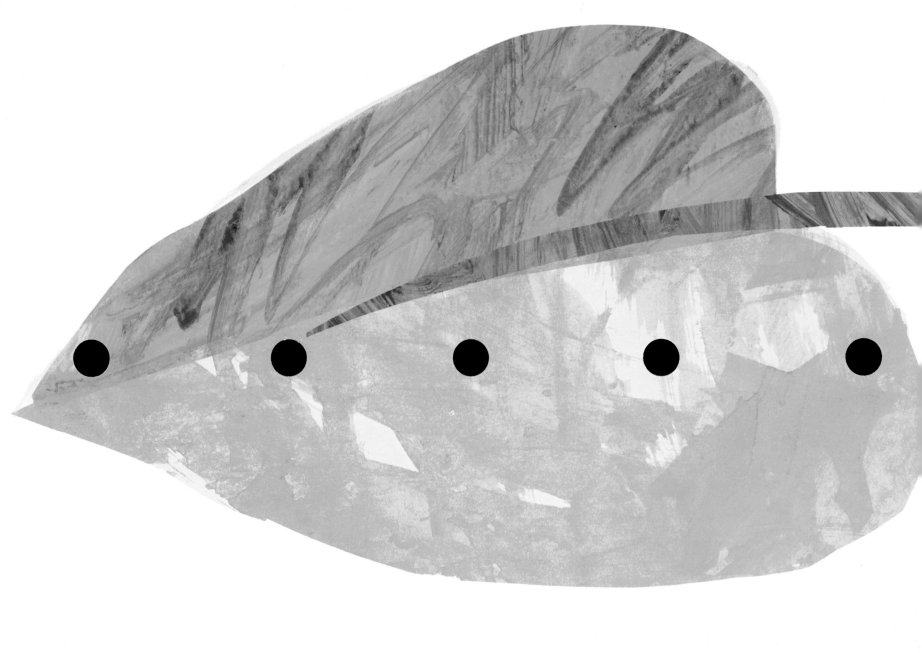

ਅਗਲੇ ਦਿਨ ਫਿਰ ਐਤਵਾਰ ਸੀ। ਸੁੰਡੀ ਨੇ ਇੱਕ ਸੋਹਣਾ ਜਿਹਾ
ਹਰਾ ਪੱਤਾ ਖਾਦਾ ਅਤੇ ਉਸਦੇ ਬਾਅਦ ਉਸਨੇ ਬਹੁਤ ਚੰਗਾ
ਮਹਿਸੂਸ ਕੀਤਾ।

The next day was Sunday again.
The caterpillar ate through one nice green leaf
and after that he felt much better.

ਹੁਣ ਉਹ ਜ਼ਰਾ ਵੀ ਭੁੱਖੀ ਨਹੀਂ ਸੀ – ਅਤੇ ਹੁਣ ਉਹ ਛੋਟੀ ਜਿਹੀ ਸੁੰਡੀ ਨਹੀਂ ਸੀ। ਉਹ ਇੱਕ ਬਹੁਤ ਵੱਡਾ ਅਤੇ ਮੋਟਾ ਸੁੰਡਾ ਬਣ ਗਿਆ ਸੀ।

Now he wasn't hungry any more - and he wasn't
a little caterpillar any more.
He was a big, fat caterpillar.

ਉਸਨੇ ਆਪਣੇ ਆਲ਼ੇ–ਦੁਆਲ਼ੇ ਇੱਕ ਘਰ, ਜਿਸਨੂੰ ਰੇਸ਼ਮ ਦਾ ਕੋਇਆ ਕਹਿੰਦੇ ਹਨ, ਬਣਾਇਆ। ਉਹਦੇ ਵਿੱਚ ਉਹ ਦੋ ਹਫਤਿਆਂ ਤੋਂ ਵੱਧ ਰਿਹਾ। ਫਿਰ ਉਸਨੇ ਕੋਏ ਨੂੰ ਟੁੱਕ ਕੇ ਇੱਕ ਗਲ਼ੀ ਕੀਤੀ ਅਤੇ ਧੱਕਾ ਮਾਰਕੇ ਬਾਹਰ ਨਿੱਕਲ਼ ਗਿਆ ਅਤੇ...

He built a small house, called a cocoon, around himself. He stayed inside for more than two weeks. Then he nibbled a hole in the cocoon, pushed his way out and ...

ਓਹ ਹੁਣ ਇੱਕ ਸੁੰਡੇ ਤੋਂ ਇੱਕ ਖੂਬਸੂਰਤ ਤਿਤਲੀ
ਬਣ ਗਿਆ ਸੀ !

He was a beautiful butterfly!

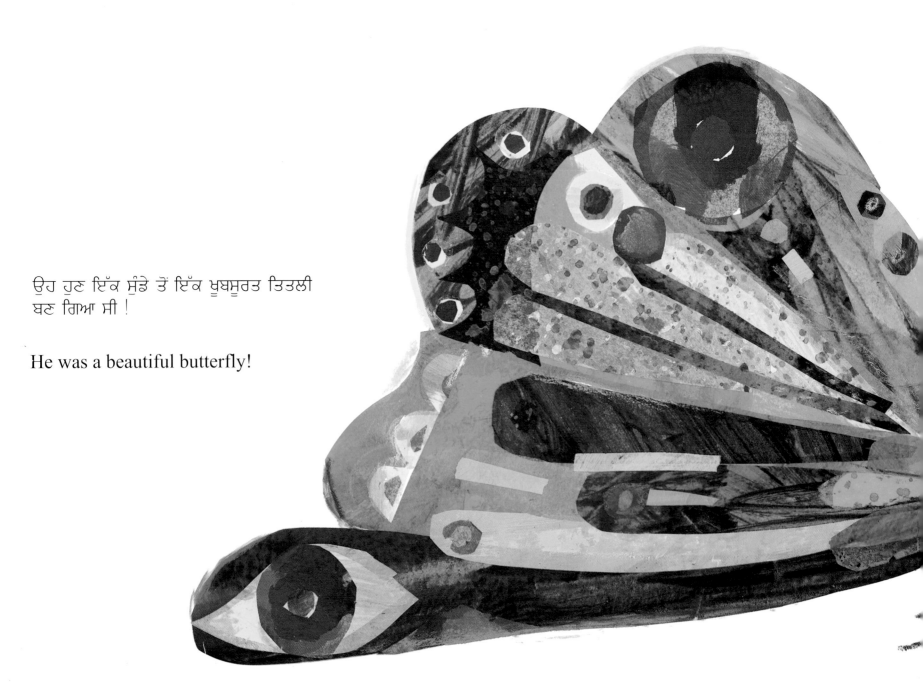

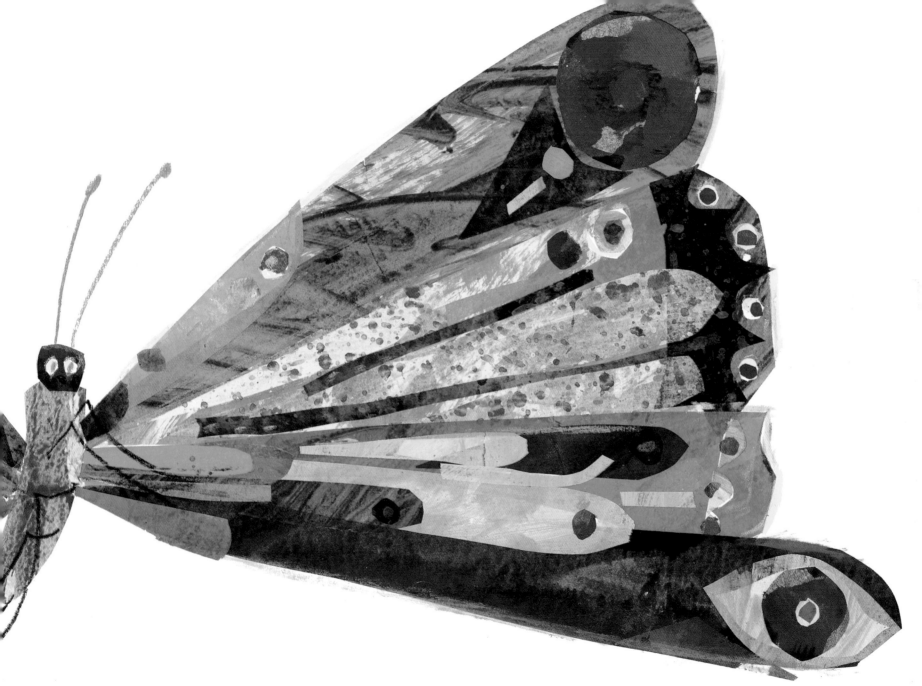